LỤC BÁT
HUỆ THU

LỤC BÁT

- HUỆ THU -

*

Phụ bản: Bonsai Huệ Thu - Nhiếp ảnh gia Nguyễn Ngọc Hạnh
Bìa: Uyên Nguyên Trần Triết
Dàn trang: Công Nguyễn

NHÂN ẢNH xuất bản **2023**
ISBN978-1-0881-6831-8

LỤC BÁT

HUỆ THU

NHÂN ẢNH 2023

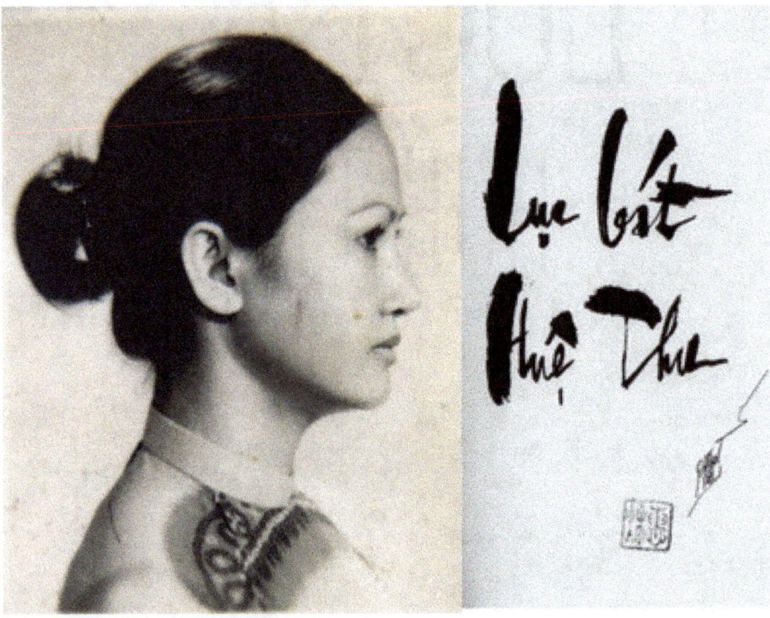
Lục bát
Huệ Thu

LỜI THƯA:

Với tôi: thơ Lục Bát là hơi thở

Với tôi : thơ Lục Bát là nỗi hoài nghi, chẳng hạn với hai câu tuyệt – dị – thường mà rất – bình – thường của Nguyễn Du:

Người một nơihỏi một nơi
Mênh mông... nào biết biển trời nơi nao!

Rồi tôi trăn trở với hai câu của Bùi Giáng:

Dạ thưa xứ Huế bây giờ
Vẫn còn núi Ngự bên bờ sông Hương!

Là Huế, không ai nói "bây giờ", mà nói "Bi chừ". Bùi Giáng... nói như vậy là sao? Ôi chao, nếu tôi làm thơ Lục Bát, bắt đầu được như thế cũng đủ đi lên, phải không? Tôi tự hỏi và tôi thầm đọc hai câu khác của Nguyễn Du:

Bắt phong trần phải phong trần
Cho thanh cao mới được phần thanh cao!

Không khéo mà tôi lại làm thơ lục bát ở đây, ở ngay bài tựa ... Xin tha cho tôi cái tội dài dòng ! Tôi chỉ muốn "mua vui cũng được một vài phút giây"

Huệ Thu

Norwood Lưu Ký, cuối Đông 1999

Trăm Mười Tám
Bài Lục Bát Vô Đề

1 *

Xưa, tôi đã nói với người:

Dẫu cho núi chuyển, non dời, vẫn thương

Nay, hai đứa gặp giữa đường

Thì câu xưa nói, vẫn còn nói thôi!

2 *

Tôi cầm đây một trái sim

Sẽ ăn một nửa khi tìm thấy nhau

Tôi cầm đây một trái cau

Hỡi ơi nước mắt đang lau vì người!

3 *

Giận chi mưa ướt mặt trời
Sáng nay buồn quá, tôi ngồi ngó mưa
Nghe lòng buốt lạnh như thơ
Nghe thương chi lạ những tờ giấy thơm!

4 *

Giấy hồng hoa, vẽ hoa tiên

Vẽ hoa không có ở miền nhân gian

Ai ôm nhật nguyệt chờ tan

Tôi ôm chi nỗi mơ màng chờ ai!

5 *

Non không chuyển, núi không dời
Ở đâu cũng đất, cũng trời giống nhau
Tay trần trở gối chiêm bao
Trở lưng nghe lạnh đời hao nửa đời!

6 *

Biệt ly không nói, đã buồn

Tay chưa nắm chặt, vẫn luồn gió mưa

Cầm bằng một chuyến đò đưa

Người đi, kẻ ở đôi bờ thêm xa!

7 *

Cầm đuôi bom, chụp tấm hình
Một mai ngắm lại nước mình ngày xưa
Không còn tiếng võng ban trưa
Từ khi bom đạn, tình đưa tiễn tình...!

8 *

Hòa Bình, hai chữ thương sao

Tôi ôm rồi núp mặt vào mộ ai

Hòa bình hai chữ có gai

Lòng đau vết sướt, gọi ai không về!

9 *

Chim bay về núi, hết mồi

Người đi ra biển tìm đời Tự Do

Hòa Bình là ước là mơ

Tim vang tiếng đập còn ngờ đạn reo

10 *

Tìm gì đi hết biển Đông?

Tìm gì mà lội cơn hồng thủy kia?

Ôi xương máu quyết tâm lìa

Tự Do hai chữ cầm chia mấy người?

11 *

Nẩy mầm rồi hạt chết đi

Cái tồn tại chẳng là chi để mừng

Không ai vác củi về rừng

Sao tôi cứ nhớ hạt từng được gieo?

** trong đời sống, sự mất đi quan trọng hơn sự tồn tại. Một hạt lúa chỉ nẩy mầm khi nó chết đi*
Boris pasternak

12 *

Trước sân có một cành mai

Nở hôm qua để hôm nay héo, tàn

Hết Xuân, còn một câu than:

"Ôi hoa, đời, một kiếp tàn, như ta!"

Mạc vị Xuân tàn hoa lạc tận,
Tiền đình tạc dạ nhất chi mai
Mãn Giác

13 *

Đường đi khó bởi núi sông

Khó thêm là bởi ai lòng tối tăm

Nếu đừng nhớ để đi thăm

Chắc thơ chẳng rớt xuống vần đau thương!

(Đường đi khó, không khó vì ngăn sông cách núi
Mà khó vì lòng người ngại núi e sông)
Nguyễn Bá Học

14 *

Ước gì ta hóa cành mai

Mùa xuân hoa nở, mắt ai ghé nhìn

Ước gì ta hóa mái đình

Ai qua đếm ngói, thấy tình vô biên!

15 *

Hậu Giang Mỹ Thuận có cầu

Hai bờ sông vẫn hai đầu con sông!

Xưa, mình đã nhớ, đã mong

Nay, đời viễn xứ, nghe lòng thêm xa...

(Cầu mỹ Thuận bắc ngang Hậu Giang lưu thông kể từ đầu năm 2000)

16 *

Vô tình để gió hôn môi

Người yêu mà biết liệu rồi ra sao?

Phải chi gặp gió đừng chào

Gặp ai xưa lắm... đừng chao chao lòng...

17 *

Trời hình như đã sang Đông

Rừng xanh tuyết trắng ôm vòng, ấm chưa?

Lá phong còn mấy lá chờ

Gió quên bứt rụng để mờ Thu xa...

18 *

Lên non nhìn lũng sương vàng

Tưởng tà áo lụa đắp hoàng hôn xanh

Tưởng nghe chim hót trên cành

Để đêm nay ngủ giật mình, lại quên!

19 *

Biết mà anh đã quên em

Biết mà em cũng chẳng thèm nhớ đâu

Người ta đo được biển sâu

Chẳng ai đo được lòng nhau bao giờ!

20 *

Sài Gòn ơi! Gọi là đau!

Là thương là nhớ là sao bây giờ?

Là hình như mắt đang mưa?

Là hình như có câu thơ thật buồn...

21 *

Ngậm Ngùi tấc cỏ quan san

Choàng vai áo mỏng cơ hàn còn nguyên

Chẳng về trần thế làm Tiên

Thì lên sóc Thượng mà chuyền cành xưa...

22 *

Nửa đêm nghe đất trở mình
Ta không muốn trở cũng đành trở theo
Giữa trời một bóng trăng treo
Bình yên như thể mái chèo trong mây!

23 *

Mười năm, bạn hỏi về chưa?

Cười duyên với bạn và đưa tay chào

Quê Hương biết chứ chỗ nào

Mười năm, mà nguội niềm đau, đã về!

24 *

Mai về, dạo lại trường xưa

Chắc sân cỏ cũ hóa bờ sắn khoai?

Tiếc gì mảnh áo Xuân phai

Chỉ thương mình kẻ lạc loài cố hương!

25 *

Với người, nói nhỏ trong mơ:

Mười năm hay vạn năm chờ, được không?

Chắc chi ai đó động lòng

Khi giây phút biệt là dòng... thời gian!

Bonsai Huệ Thu - Nhiếp ảnh gia Nguyễn Ngọc Hạnh

26 *

Mỗi người có một cái riêng

Cái duy nhất ấy là duyên ở đời

Trăm năm rút lại một thời:

Phất phơ áo lụa trong lời ca dao...

(Mỗi người phải có một cái gì riêng
Ai không có, là không có gì cả)
Maxime Gorki

27 *

Vạc bay về núi, hết đêm

Người đi ra biển, đời thêm một đời

Quê Hương thì chẳng đổi dời

Mà đâu nửa nhỉ trong trời mưa sương!

28 *

Cảm ơn trời đất vô cùng

Cảm ơn Chúa, Phật trong lòng nhân gian

Lần tay kinh mở từng trang

Bỗng quên đi nỗi cơ hàn, từ xưa!

29 *

Sáng nghe chuông, ngõ sương mù

Rớt theo những chiếc lá Thu nhuốm vàng

Chuông và sương lững lờ tan

Lá rơi cũng lững lờ ngang mắt người...

30 *

Ước chi ta hóa mây trời

Bay ngang trên đỉnh ngọn đồi xanh kia

Trời thì bốn hướng phân chia

Tim ta một trái không lìa lũng sâu!

31 *

Thời lai nghĩ cũng nực cười

Anh hùng, Đồ điếu, ai người giống ai?

Kẻ đi lạc bến Tần Hoài

Kẻ lên bàn độc thay trời làm mưa!

(Thời lai đồ điếu thành công dị
Vận khứ, anh hùng ẩm hận đa!)
Đặng Dung

32 *

Đêm nghe vang một tiếng ầm

Sầu riêng chín rụng, cố nhân không về

Ngó lên, còn mảnh trăng thề

Thương sao mái tóc vẫn kề trên vai!

33 *

Đường trần mà phẳng chắc vui

Chẳng ai nghĩ tới núi – đồi – biển – sông

Và tôi, sẽ hóa mây hồng

Bay trên phẳng lặng cho lòng phẳng phiu!

(Ví phỏng đường đời bằng phẳng cả
Anh hùng, hào kiệt có hơn ai?)
Phan Bội Châu

34 *

Chiều chiều lại nhớ chiều chiều

Câu thơ ngộ quá, con diều cứ bay

Và tôi sao chẳng là mây?

Để như diều đó, cùng bay với chiều...

35 *

Như lời ca dao mẹ ru

Đám mây thật nhẹ, chiều Thu đang về

Phải chi còn mái tóc thề

Để tôi phủ kín bốn bề không gian !

36 *

Con mèo giỡn nắng vui không?

Chắc vui nên mắt nó hừng hực kia

Bóng và hình, nắng không lìa

Chỉ tôi với bậu là chia đêm, ngày!

37 *

Đếm hoài mà lá cứ rơi

Mà Thu chưa cạn, mà trời chưa Xuân

Mà buồn hai chữ bâng khuâng

Hình như đầy ắp một năm bốn mùa!

38 *

Tuyết đừng tan! Tuyết đừng tan

Tôi xây pho tượng hình chàng mùa Đông

Sợ mà tuyết chảy ra sông

Rồi mai với mốt tôi không còn chàng!

39 *

Nếu ngày nào đó tàn hơi

Rồi ra sao nhỉ khi đời âm dương

Cõi hư vô cát bụi còn

Mà câu vàng đá lại mòn thời gian!

40 *

Chỗ ta ở, chỗ ta lìa

Trăm năm rồi cũng tụ về phút giây

Kìa giàn bông giấy gió bay

Ở, đi như lá từ cây bỏ cành!

41 *

Con chim song cửa hót buồn

Ai người quân tử thả hồn theo mơ?

Ước gì tôi có bài thơ

Trêu người quân tử thẩn thờ mà chơi!

42 *

Cành Thu còn chiếc lá vàng

Ai treo trước ngõ, hay chàng nhớ ta?

Chiều nay nấu một bình trà

Rót ra hai chén, ai mà uống chung!

43 *

Ngựa hồng ngựa tía theo mây

Thương sao nắng úa đồi Tây rớt về

Mai chiều mưa chắc lê thê

Gió rung ngỡ tiếng thở kề hồi nao...

44 *

Thương nhau tặng đóa hoa hồng

Ghét nhau chắc để mặc lòng tả tơi?

Sắt gang mà đúc được lời

Ghét, thương ta tặng cho người thủy chung!

45 *

Chàng đi, thôi để chàng đi

Câu thơ níu kéo làm chi bây giờ

Chữ nào rồi cũng là mơ

Tình trong như đã... là chưa trọn tình

46 *

Nhớ người bật một que diêm

Hơ bàn tay lạnh, hơ tim ấm lòng

Nghĩ điều Sắc Tức Thị Không

Nhắm con mắt lại, vô cùng ở đâu?

47 *

Ông trời có lẽ cô đơn?

Xưa nay là Đấng Chí Tôn một mình

Cũng là con tạo xoay quanh

Làm điên, làm đảo chúng sinh vì buồn?

48 *

Đợi người hết buổi trưa xanh

Héo chi hỡi lá trên cành của tôi

Đợi người ướt hạt mưa rơi

Để tôi thấy nỗi rã rời tôi quên!

49 *

Trái đất tròn? Trái đất vuông?

Từ xưa đã bảo Càn, Khôn, biết rồi

Tang thương lớp lớp, đổi dời

Chẳng ai hỏi Trái Tim Người tròn, vuông!

Bonsai Huệ Thu - Nhiếp ảnh gia Nguyễn Ngọc Hạnh

50 *

"Nghêu ngao vui thú sơn hà
Mai là bạn cũ, hạc là người xưa"
Hai câu thơ của Tố Như
Người Tàu nắn nót, không ngờ chữ Nôm!

** Hai câu thơ bằng chữ Nôm do Nguyễn Du viết trên một cái độc bình khi đi sứ Tàu*

51 *

Ngày Xuân đi hái hoa đào

Ép trong trang sách giữ màu thời gian

Nghĩ tình nào cũng sẽ tan

Một mai thấy sắc hoa tàn... sẽ đau

52 *

Người xa rồi, người xa rồi

Chiều loang sắc tím bên trời hoàng hôn

Đưa người không qua núi non

Không qua sông biển, sao buồn chiều nay?

53 *

Chiều ơi! Chiều ơi! Chia tay
Vui lưng con mắt, buồn đầy con tim
Tuổi xuân hồ dễ đi tìm
Thì thôi đi tới như chim lạc bầy!

54 *

Khi người ta nắm tay tôi

Khi người ta nói những lời yêu thương

Hình như tất cả... Vô Thường

Chiều xanh một chút, khói sương mơ hồ...

55 *

Cá ơi! Em chết nỡ nào

Hai con mắt mở mà trào lệ tôi

Với tôi, em có một đời

Với em, tôi có một thời để thương...

56 *

Đêm nay đêm Chúa giáng trần

Sao người ta cứ hát mừng trên cao?

Là trên trời những vì sao...

Là nơi Chúa bỏ để vào nhân gian!

57 *

Vinh danh Thiên Chúa trên trời

Là quên Thiên Chúa ở đời với ta?

Chúa trên thánh giá, đâu xa

Tại sao cầu nguyện trong nhà thờ thôi?

58 *

Chúa sinh từ chỗ cơ hàn
Mà đem lại được giàu sang cho người
Ngươi ta sinh ở cái nôi
Giát vàng, giát ngọc, rồi đời ra sao?

59 *

Bụt tu ở cội bồ đề
Khi ngài đắc đạo lại về chùa to!
Đã từng chối bỏ ngôi vua
Tòa sen là chỗ đón chờ ngài ư?

60 *

Qua sông, Phật đạp bỏ đò

Đạo mà muốn đạt, chẳng nhờ cậy ai

Người ta vai rộng, lưng dài

Qua sông cứ đứng kêu hoài: đò ơi!

61 *

Chúa, Trời như Phật – đàn ông

Sao người ta lấy son hồng xát xoa?

Đẹp thay Mẹ Ma Ri A

Đẹp thay là Đức Phật Bà Quan Âm

62 *

Đi trên đường đạp lá phong

Nghe mùa Thu vỡ tự lòng vỡ ra

Biết đây chẳng phải quê nhà

Nhớ hoa me lạ thời xa xưa nào...

63 *

Mỗi năm để một tháng buồn

Nhìn trăng Thu, bóng trăng tròn, Rằm ơi!

Thề non hẹn biển, mà chơi

Nhắc câu kỳ ngộ, rồi cười vô duyên!

64 *

Tuổi nào là tuổi xuân xanh?

Tuổi nào là tuổi vin cành hái hoa?

Ở đây không có ruộng cà

Rừng hoa tím nở, ngỡ là hoa mơ...

65 *

Con đường xuyên Việt xuyên tâm

Xuyên lòng kẻ Bắc người Nam một thời

Mỗi ga một khúc ruột rời

Khi liền nhau lại... vẫn đời tang thương!

66 *

Ở đây một chỗ có tên

Người ta đã đặt mình quên mất rồi!

Sáng, tay che giấu mặt trời

Chiều, tay che giấu một thời tha hương!

67 *

Gọi đây là Lũng Hoa Vàng

Bởi đêm còn thấy hai bàn tay trăng

Để buồn còn chút mơn man

Biết đâu mai chẳng là chan chứa tình

68 *

Trời mưa xứ Huế buồn răng

Thuyền đi mô để bến nằm sông Hương?

Bên tê, ngó tới là thương

Bên ni ngó lại là buồn. Vô duyên!

69 *

Trèo lên cây bưởi mà chơi

Chỗ ni xưa có người ngồi nhánh ba

Chỗ ni ngó xuống ruộng cà

Thấy ai đâu nữa? Mây qua cánh đồng...

70 *

Sáng mưa cho tới tối chiều

Một ngày thôi đủ buồn hiu một đời

Thủy Tinh dâng nước lên trời

Vẫn không bắt lại được người My Nương!

71 *

Sáng, tôi chạy bộ như đi
Ai, xe đạp cũng chậm rì theo tôi
Khi tôi leo một dốc đồi
Ai, xe đạp xuống đất ngồi, ngó lên!

72 *

Hoa đào còn nở mùa Xuân

Anh chàng Thôi Hộ ngàn năm, mất rồi!

Đào Hoa Y Cựu nhất thời

Gió bay có đuổi kịp người ngàn năm?

73 *

Đêm đêm nghe tiếng gió thầm

Ngỡ ai đi nhẹ gót chân kiếm mình

Nhìn ra, một phiến trăng xanh

Một khung sương bạc,

một manh thảm hồng...

74 *

Thương ai má lúng đồng tiền

Thương ta cũng có nụ duyên cho người

Tiền duyên chỉ ở một thời

Trăm năm tiếc chẳng được mười cái thương!

75 *

Qua sông con quạ trở về
Qua sông con sáo không hề quay lui
Ấm no thích nhỉ, quê người
Nhắc câu khổ nhục rồi cười, rồi quên!

Bonsai Huệ Thu - Nhiếp ảnh gia Nguyễn Ngọc Hạnh

76 *

Cơn mưa như chẳng có gì
Mà sao nước đọng trên mi bao giờ!
Nhớ người, lật những bài thơ
Những câu lục bát không ngờ còn thơm!

77 *

Tần Hoài là bến người ta

Tôi đang ở Mỹ, cũng là bến sông...

Mùa Thu vàng rực rừng phong

Lá đây lá rụng, đâu dòng hải lưu?

78 *

Cuối trời con vạc kêu sương
Một vầng trăng khuyết đầu non ai về?
Ở đâu cùng tận đất Tề?
Ở đâu đất Ngụy? Đời chia biệt hoài...

79 *

Hai người không nói gì thêm

Hình như họ cúi đầu nghiêng vái chào!

Buổi chiều nắng úa lao xao

Tôi đi, bước nhẹ mà đau lá vàng!

80 *

Hai lăm năm biển dâu còn

Việt Nam tôi với nỗi buồn y nguyên!

Sài Gòn thì đã mất tên

Hàng me tội nghiệp, tôi quên những chiều...

81 *

Máy bay qua biển Thái Bình
Đông Tây hội ngộ, nhân tình hợp, tan!
Người về chẳng nữa Việt Nam
Người đi đâu nữa trong làn khói sương...

82 *

“Cảm ơn thành phố có em”

Câu thơ ai nói, buồn tênh bây giờ

Tóc mềm bởi nỗi nắng mưa

Một mai không khéo mà nhòa tuyết sương!

83 *

Những cô mọi hết mang gùi

Mà mang xiêm áo như người đế kinh

Bùi Giáng nhắm mắt, làm thinh

Thơ ông còn những cái nhìn phớt qua...

84 *

Tôi đưa tay hứng phượng hồng

Rồi nâng niu ấp lên lòng nữ sinh

Mùa Hè nước biển thật xanh

Trong tôi, nước mắt như hình mưa Thu!

85 *

Về đây ngồi giữa sương mù

Bao nhiêu năm nhỉ tôi từ bỏ quê?

Sương tan rồi mộng cũng lìa

Còn chăng thân xác chờ chia bãi bờ?

86 *

Em cầm áo lụa phất phơ

Anh là ngọn gió em chờ, không qua

Âm dương chỉ một Sát Na

Nỗi buồn thì lại bao la cõi người!

87 *

Trời mưa! Trời đã mưa rồi!

Giọt nghiêng giọt thẳng một hồi, đã ngưng...

Mưa cho xanh lại cây rừng

Mai tôi đi dạo gót chân chắc hồng?

88 *

Tôi như ngọn gió phiêu bồng

Ai như mây khói trên rừng núi xưa

Mây và gió có ầu ơ

Hay là nhịp võng tôi chờ tiếng ru?

89 *

Sáng giương dù chạy ra xe

Chiều giương dù lại bay về chỗ đi...

Miếng cơm, manh áo là gì

Quê Hương cứ đợi người đi không về!

90 *

Nước non thì nặng lời thề

Người ta thì nặng cái gì trong tim?

Phải chăng cái nhớ, không tìm

Cái đau chưa phải nỗi niềm sót chia?

91 *

Ngắm hoa, người ta làm thơ

Nhìn cơn nước lũ, tôi mơ thái bình

Thơ tôi chỉ một chữ Tình

Thả trôi về với quê mình lao đao...

92 *

Núi mây chiều tụ hơi Đông

Khói sương như đọng trong lòng không tan!

Quê Hương một nhớ muôn hàng

Cố nhân đâu để nắm bàn tay hôn!

93 *

Nhớ làm sao Tết múa lân

Tôi, con gái cứ kiễng chân đứng nhìn

Con trai, một lũ vô tình

Để cho con gái bực mình, ghét ghê!

94 *

Ghét con trai mấy, cũng rồi

Đò ngang một chuyến, một đời lênh đênh

Chuyện xưa đành một chữ quên

Chuyện mai sau chỉ còn tên tuổi chồng!

95 *

Phải chi tôi đóa hoa hồng

Nở tươi trước cửa, ai vòng trước sân

Đừng là một nửa vầng trăng

Sáng lên không kịp bước chân người về...

(Chàng từ đi vào nơi gió cát
Đêm trăng này nghỉ mát nơi nao?)
Chinh Phụ Ngâm

96 *

Chim bay về núi, tối rồi

Chẳng đâu chỗ đậu nước trời bao la!

Hết rồi nắng hạn tháng Ba

Cuối năm, lũ lụt, ...thôi là trắng tay!

97 *

Tám người buộc một sợi dây

Điều oan nghiệt đó, ai bày tử sinh?

Huế ơi thương quá quê mình

Sống như là Thác, chữ Tình Thiên Thu!

Tin Việt Nam: trận lụt vừa qua ở Huế có gia đình tám người khi thấy cơn lũ tràn đến sợ e không thoát được đã cột giây vào nhau nếu chết cùng chết chung!

98 *

Nhớ người nhớ quá chao ôi

Khi quay mặt lại đâu rồi Quê Hương

Tóc rơi hay bụi bên đường

Đầy trong con mắt nỗi buồn là sao?

99 *

Trời hành cơn lụt hàng năm

Mẹ, Cha chọn một chỗ nằm chẳng yên!

Trường Sơn thác đổ mà nghiêng

Quảng Nam, Quảng Ngãi,
Thừa Thiên... bớt nghèo?

Bonsai Huệ Thu - Nhiếp ảnh gia Nguyễn Ngọc Hạnh

100 *

Ai xui tôi đến xứ người

Miếng cơm, manh áo hay đời Tự Do?

Một nước mà hai Thủ Đô

Quê Hương tôi đó, người xua đuổi người !

101 *

Mười hai bến nước sông nào

Đò ngang tách bến, rẽ vào nơi đâu?

Đục, trong chỉ có hai màu

Mười hai bến nước lẽ nào đục, trong?

102 *

Nửa đêm nhớ mặt trời hồng

Bật đèn lên thấy căn phòng vàng tươi

Nụ hoa vừa nở trên môi

Bỗng dưng rơi rụng với người trầm tư!

103*

"Hỡi người tôi nói gì chưa?

Tôi đang sắp nói, hay vừa nói ra?" *

Tôi nhìn mặt biển bao la

Một cơn gió nhẹ bay qua mặt buồn !

** thơ Hồ Dzếnh*

104 *

Mưa phùn Hà Nội như sương

Thế sao lại ướt sũng mòn vai anh?

Chỗ mà em phủ tóc xanh

Chỗ mà... ngó lại, giật mình, mưa bay...

105 *

Cho anh mấy chữ! Anh chờ

Dễ chi mấy chữ: bài thơ đó chàng

Cười cười rồi cũng... đầy trang

Anh xin mấy chữ mà tràn thơ tôi!

106 *

Rót ra cốc rượu nửa chừng

Rót thêm chút nữa mấy lần, lại vơi!

Hình như đối ẩm cùng người

Mà ai đâu nhỉ? Cuối trời mây bay!

107 *

Tiểu Thanh sống một đời thơ

Tiểu thanh chết một thềm tro gió đùa

Chuyện tình buồn một ngày xưa

Ngày sau còn những chiều mưa vô tình!

108 *

Bàn tay tôi bàn tay tôi

Ngón nào chiếc nhẫn một đời, phải đeo?

Ngón nào để bám giây leo

Để lên tới chỗ buồn hiu bây giờ?

109 *

Tôi buồn thả một câu thơ

Thả thêm câu nữa... không ngờ bốn câu!

Trăng kìa không biết ai lau

Bài thơ tứ tuyệt vì đâu ngậm ngùi?

110 *

Tôi buồn tay phá vỡ băng

Nghĩ trong bóng nước mùa trăng hiện hình

Thấy trời thì vẫn trong xanh

Thấy tôi thì vẫn một mình, mùa Đông!

111 *

Mưa bay một hạt mưa bay

Rồi hai, ba, bốn rồi ngày lê thê...

Mưa che mất lối đi, về

Mưa như thuở tới An Khê thăm chàng...

112 *

"Vầng trăng trời xẻ làm đôi
Nửa đưa anh giữ, nửa tôi đang cầm"
Anh ơi anh chẳng nói thầm
Sao em nghe mãi ngàn năm một đời?

113 *

Nhiều người sống tới trăm năm

Nhưng lòng chỉ nhớ tuổi xuân một thời

Tuổi xuân là lúc lên mười *

Đỏ tươi nắng Hạ áo hồi mẹ phơi!

** thơ Lưu Trọng Lư*
Tôi nhớ Me tôi thuở thiếu thời
Lúc người còn sống, tôi lên mười
Mỗi lần nắng mới reo ngoài ngõ
Áo đỏ người đem trước dậu phơi...

114 *

Cạn tình rồi, những câu thơ

Cạn tình rồi, những ước mơ không thành

Còn thì... chút nắng long lanh

Để tôi ngắm lại chút mình kiêu sa...

115 *

Bà già đi biển mồ côi

Tôi đi ra biển cũng thời cô đơn...

Ai trong cải tạo nuốt hờn

Ai trong chìm nổi, ai buồn hơn ai?

116 *

Ẩn mình trong khói trong sương
Bóng trăng chiều tưởng như nàng Tây Thi
Trời không gió mây không đi
Đẹp sao người đẹp hiện về trong mơ!

117 *

Trước cơn mưa, trời có mây
Lát rồi nước đổ xuống đầy trường giang...
Chiều, sông khói sóng mơ màng
Có ai ngồi hứng những hàng lệ tuôn?

118 *

Khi không tôi nói thật buồn

Trang thơ khép chặt sao hồn mở ra?

Ở đây mà góc quê nhà

Cùng ai cạn nhỉ chén trà hoàng hôn...

HÀ THƯỢNG NHÂN ĐỌC TRĂM MƯỜI TÁM BÀI LỤC BÁT BÁT HUỆ THU

Huệ Thu là một hiện tượng kỳ lạ trong thi ca Việt Nam, thơ người gần gũi với ca dao, thứ ca dao của bây giờ. Tâm hồn ấy thực phức tạp. Lời thơ người hết sức giản dị. Đọc người ta chỉ cần cảm, không cần hiểu. Thơ người như bay, như lượn, không có biên giới. Những ý tưởng cơ hồ rời rạc, nhưng ta biết chúng gắn bó với nhau chặt chẽ.

Giận chi mưa ướt mặt trời
Sáng nay buồn quá, tôi ngồi ngó mưa
Nghe lòng buốt lạnh như thơ
Nghe thương chi lạ những tờ giấy thơm!

Thơ người phần lớn là thơ tình. Nhưng một thứ tình lãng đãng, như thực như hư. Tưởng là mộng nhưng là sự thật, tưởng là sự thật nhưng lại là mộng. Không có ranh giới nào giữa cái có và cái không.Không phải Huệ Thu làm thơ mà như thơ trào ra tên đầu ngọn bút:

Ước gì ta hóa cành mai
Mùa Xuân hoa nở, mắt ai ghé nhìn
Ước gì ta hóa mái đình
Ai qua đếm ngói, thấy tình vô biên!

Bất cứ cái gì đến với Huệ Thu cũng trở thành thơ:

Hậu Giang Mỹ Thuận có cầu
Hai bờ sông vẫn hai đầu con sông!
Xưa, mình đã nhớ, đã mong
Nay, đời viễn xứ, nghe lòng thêm xa...

Có ai nghĩ rằng tuyết làm ấm khu rừng mùa Đông chưa? Ý nghĩ ấy quả nhiên là độc đáo:

Trời hình như đã sang Đông
Rừng xanh tuyết trắng ôm vòng, ấm chưa?
Lá phong còn mấy lá chờ
Gió quên bứt rụng để mờ Thu xa...

Tuyết ôm lấy rừng phong như ôm một tình nhân. Tình yêu của tuyết, sự ân cần của tuyết hẳn là làm ấm rừng phong! Hai câu cuối vẽ nên một cảnh cuối Thu, tiêu điều buồn bã. Đang vui bỗng buồn, đang ấm, bỗng lạnh. Đó là Huệ Thu.

Lên non nhìn Lũng Hoa Vàng
Tưởng tà áo lụa đắp hoàng hôn xanh!

Sức tưởng tượng của người thơ thật phi thường.

Tả một trận động đất nhỏ, Huệ Thu viết:

Nửa đêm nghe đất trở mình
Ta không muốn trở cũng đành trở theo

Nhưng mà nhìn lên người thơ lại thấy:

Giữa trời một bóng trăng treo
Bình yên như thể mái chèo trong mây

Trong cơn địa chấn, trăng vẫn mênh mông sáng. Trong cái bất ổn, vẫn có cái gì đó hết sức ổn định. Ta tưởng là tiếng nói của một Triết gia. Không, Huệ Thu không định làm triết gia. Nhưng cuộc đời đã cung cấp cho Huệ Thu những ý tưởng đượm màu triết học:

Cảm ơn trời đất vô cùng
Cảm ơn Chúa, Phật trong lòng nhân gian
Lần tay kinh mở từng trang
Bỗng quên đi nỗi cơ hàn, lạ thay!

Có thể Huệ Thu không là tín đồ của một tôn giáo nào cả nhưng người vẫn tin tưởng ở sự cần thiết của tôn giáo. Con người dựng nên Chúa - Phật vì con người vốn cô đơn, rất cần những niềm an ủi. Bởi vì Huệ Thu là là một con người hết sức cô đơn. Đọc người thấy nỗi cô đơn thấm vào từng chữ từng câu. Người nhớ người yêu. Muốn tạc tượng người yêu nhưng không bằng gỗ bằng sắt, mà bằng tuyết:

Tuyết đừng tan! Tuyết đừng tan
Tôi xây pho tượng hình chàng mùa Đông
Sợ mà tuyết chảy ra sông
Rồi mai với mốt tôi không còn chàng!

Tạc bằng tuyết, rồi lại sợ tuyết tan. Trong cái mỏng manh, người muốn xây dựng hằng cửu. Xây bằng tấm lòng mình, bằng nỗi nhớ của chính mình:

Cho nên:
Chỗ ta ở, chỗ ta lìa
Trăm năm rồi cũng tụ về phút giây

Kìa giàn bông giấy gió bay
Ở, đi như lá từ cây bỏ cành!

Lá rụng. Ai không nhìn thấy lá rụng nhưng chỉ có Huệ Thu nhìn thấy lá rụng là thấy cái ngắn ngủi của kiếp người, cái dững dưng đến tê buốt của sự vật, của thời gian.

Có ai ngộ nghĩnh như Huệ Thu khi viết:

Cành Thu còn chiếc lá vàng
Ai treo trước ngõ, hay chàng nhớ ta?
Chiều nay nấu một bình trà
Rót ra hai chén, ai mà uống chung!

Còn ngộ nghĩnh hơn khi người bảo:

Ông trời có lẽ cô đơn
Xưa nay là đấng chí tôn một mình

Tôi nghĩ đến một ông vua trong tiểu thuyết của Kim Dung. Ông vua bé con, xưa nay chỉ được người ta phục tùng, ca tụng bỗng một hôm bị một thằng bé vô lại (hình như là Vi Tiểu Bảo) đánh cho một trận. Thằng bé vô lại ấy trở thành bạn bè thân thiết của nhà vua. Chỉ từ bấy giờ ông vua mới thực sự được làm người. Ông trời vì lớn quá "Chí Tôn" quá cho nên Huệ Thu thương ông trời cô đơn .

Tình thương của Huệ Thu thật là mênh mông, thương từ hạt cát, hạt bụi, từ chiếc lá mục đến cả...ông trời. Bởi thế ta không lấy làm lạ khi Huệ Thu khóc con cá:

Cá ơi! Cá chết nỗi nào?
Hai con mắt mở mà trào lệ tôi

Từ trước đến nay chưa ai nói đến những điều như thế trong thi ca. Cuộc đời Huệ Thu đầy thăng trầm sóng gió. Nhưng Huệ Thu vẫn đứng vững và vẫn nhìn đời bằng con mắt trẻ thơ. Vì Huệ Thu là Thi sĩ. Thi sĩ suốt đời là một đứa trẻ thơ:

Cơn mưa như chẳng có gì
Mà sao nước đọng trên mi bao giờ!
Nhớ người, lật những bài thơ
Những câu lục bát không ngờ còn thơm!

Thơ Huệ Thu buồn thì thật buồn nhưng đọc rồi lòng tự nhiên êm ả. Vì mất còn, thua được chỉ là giả tưởng.

Huệ Thu sống thơ, yêu thơ như cuộc sống. Một người như thế còn có gì có thể quật ngã được?

Lời thơ Huệ Thu tuy cay đắng, chứa chan nước mắt nhưng ta vẫn thấy tuồng như Huệ Thu bỡn cợt với cả chữ nghĩa. Buồn bỗng hóa thành vui.

Có phải Huệ Thu là một thứ Bồ Tùng Linh thi sĩ không nhĩ?

Hà Thượng Nhân
San Jose, 1999

MỤC LỤC

Nhân Ảnh
2023

Liên lạc tác giả:
Email: saimonchunhan@gmail.com

Liên lạc Nhà xuất bản
Nhân Ảnh
E.mail: han.le3359@gmail.com
(408) 722-5626

www.ingramcontent.com/pod-product-compliance
Lightning Source LLC
LaVergne TN
LVHW021232061026
849535LV00008B/3028
* 9 7 8 1 0 8 8 1 6 8 3 1 8 *